जीवन जीवन आहे का ?

नितेश मोरे

Copyright © Nitesh More
All Rights Reserved.

This book has been published with all efforts taken to make the material error-free after the consent of the author. However, the author and the publisher do not assume and hereby disclaim any liability to any party for any loss, damage, or disruption caused by errors or omissions, whether such errors or omissions result from negligence, accident, or any other cause.

While every effort has been made to avoid any mistake or omission, this publication is being sold on the condition and understanding that neither the author nor the publishers or printers would be liable in any manner to any person by reason of any mistake or omission in this publication or for any action taken or omitted to be taken or advice rendered or accepted on the basis of this work. For any defect in printing or binding the publishers will be liable only to replace the defective copy by another copy of this work then available.

अनुक्रमणिका

जीवन

जीवन आहे का ?

नितेश मोरे

मी त्यांचा आभारी राहिला...

मला न कळले,
मी कुठे चालला,
पण ज्याने मला चालायला मदत केली.
मी त्यांचा आभारी राहिला.

मला न कळले,
जीवनात काय शिकला,
पण ज्याने मला शिकवले.
मी त्यांचा आभारी राहिला.

मला न कळले,
मी का धावला,
पण ज्या कारणामुळे धावला,
मी त्यांचा आभारी राहिला.

मला न कळले,
कोणी घाव केला,
पण ज्यानीही केला.
मी त्यांचा आभारी राहिला.
- नितेश मोरे .

खरं सांगायचं झाले तर, मला कधीही असे वाटले नव्हते कि, मी जीवन जीवन आहे का ? या विषयावर काही लिहू शकतो पण बोलतात ना, आपण जर ठरवले तर काहीही करू शकतो... अगदी काहीही....

आणि तसेच काही माझ्यासोबत सुद्धा झालेले आहे .

एक दिवस,

मी शांतपणे बसलो होतो आणि विचार करत होतो कि,

हे आयुष्य आपल्याला का मिळाले आहे ?

नक्कीच काहीतरी कारण असेल, पण ते कोणते ?

आणि याचाच विचार करत असताना मला एक कॉल आला.

आता ते कॉल कोणाचे होते आणि त्या कॉलमध्ये असे काय घडले, ज्यामुळे मी जीवन जीवन आहे का ? या विषयावर लिहायला सुरू केले, हे एक SUSPENSE आहे जे तुम्हाला नक्कीच माहित पडेल बस मला फक्त आणि फक्त तुमचा एक तास आणि चाळीस मिनिटे द्या आणि तुम्ही देऊ शकता, असा माझा पूर्ण विश्वास आहे.

DEDICATED to आई & पप्पा
    कै. निर्मला मोरे.
    कै. नारायण मोरे.
    त्यांचे जेवढे आभार मानावे तेवढे कमीच आहेत.

आपण सर्व जण जन्मालाच आलो आहोत मरण्यासाठी आणि हे सत्य आहे कारण आपण हे विसरलो आहोत नाहीतर आज हे जग किती सुंदर असते.

आणि ज्या दिवशी तुम्ही हे कडू सत्य स्वीकाराल त्या दिवसापासून तुमचे आयुष्य पूर्णपणे बदललेले असेल.

नाही कोणत्या गोष्टीचा अहंकार,

नाही कोणत्या गोष्टीची चिंता,

नाही कोणासोबत COMPARISON,

नाही कोणाकडून EXPECTATION,

नाही कोणावर JEALOUSY,

आता तुम्हीच ठरवा,

तुम्हाला नक्की काय हवयं कारण हे तुमचे जीवन आहे.... ?

खूप खूप धन्यवाद

रुपाली मोरे, रुपेश मोरे, रवींद्र गुप्ता, अमोल डोंगरे, प्रदीप शिंदे, विकास कुळे, दर्शिका सकपाळ, धनंजय तळातम, प्रसाद मुदुनुरी, आरती सावंत, सुरेश मार्को, वैभव भेरे, श्रद्धा बरे, किरण गोलम्बडे, यशवंत सूर्यवंशी, प्रशांत डोंगरे, नीलिमा बोरकर, तुषार शिंदे, अनिल कांबळे, दीपिका शिंदे, श्रीधर लाखे, योगेश तांबे, मंजोत सिंग, पल्लवी शिंदे, सांची हंडा, सोनाली पोवार, डॉ.अक्षय, आदेश गायकवाड, नरसिंघ मोरे, संतोष दसवते, संतोष कुळे, तन्मय जाधव, जयदास म्हस्के, सुरेश म्हस्के, अस्मिता तांबे, अलका शिंदे, ज्योती केकाणे, प्रकाश कोळथरकर, नरेंद्र दसवते, सुशांत दसवते, प्रियांका महाडिक, परी देवाडिगा, सरिता जैस्वाल, इरम अन्सारी, प्रियांका वंडूर, आकाश धोंडे, दीपक महाराणा, प्रकाश धनगर, विकी उपाध्याय, रमेन्द्र सिंग, हर्षवर्धन सिंग, फरहान शेख, सुनीता अहिरे, कुणाल परडकर, बिश्वजीत साहू, सुरज खडका, विनोद शिंदे, कृणाल सोढा, दिनेश आडेकर, चेतन बागवे, सुनील पुजारी, रवी हटके, संतोष भावसार, सनी सिंग, दिनेश साळवे, शोभा गुप्ता, लक्ष्मी भागडे, नैना मोरे, सुलोचना कांबळे, धीरज जाखले, रोशन येलकर, प्रशांत विचारे, प्रथमेश शिंदे, सचिन मोरे, गोपाळ जोशी, वैशाली गुरव, लक्ष्मी जांभुळकर, श्रीदेवी वैम्पादप्पू, नेहा कदम, सतीश शिंदे, स्वप्नील शिंदे, प्रियांका शिंदे, वैभव पोवार, संतोष मोरे, सखाराम मोरे, महादेव मोरे, संदेश मोरे, विजय शिंदे, मंगेश भिल्लारे, के.एन.नायडू, सचिन पाटील, पूजा शिंदे, किसन जौरत, सदा गुप्ता, प्रवीण मोरे, रतिश शिंदे,

" तुम्ही काय करू शकता आणि काय नाही करू शकत, हे जर तुम्हालाच माहित नसेल तर समजून जा कि, आज आणि उद्या मध्ये काहीच बदल नसेल. "

1

काहीही करा, एक दिवस आपण मरणार.

कदाचित आपण सर्वजण विसरलो आहोत कि, एक दिवस....., आज किवां उद्या आपण सर्वजण मरणार आहोत.

तुम्हाला माहित नाही का ?

प्रत्येक दिवस २ ते ३ लाख लोक NATURALLY मरतात.

हो ना..?

जर तुम्ही जिवंत असाल,

तुम्ही आहात....वाचत आहात ना ?

तुम्ही किती नशीबवान आहात कारण त्या २ ते ३ लाख लोकांमध्ये तुम्ही नाही आहात.

हो ना..?

पण हे आज आहे, उद्या असू शकेल कि नाही त्याची काहीही GUARANTEE नाही आहे.

<u>* आपण काय विसरलो आहोत आणि का ?</u>

आपण सर्वजण विसरलो आहोत कि आज नाहीतर उद्या आपण मरणार आहोत कारण जर का आपल्याला माहित असते किवां लक्षात असते तर आज हे जग एवढे....... जसे सुंदर होते ना, तसे आज आहे का ? तुम्हीच स्वतःला विचारा. बघा काय वाटत आहे तुम्हाला.... माझे बोलणे लगेच तुम्ही DIGEST नाही करू शकत कारण आपण खाल्लेले अन्न सुद्धा DIGEST होण्यासाठी वेळ लागतो तर माझे बोलणे...?

जर का तुम्ही शांतपणे थोडा विचार केला तर तुम्हाला विश्वास होईल कि, आपण या जगात काही वेगळेच करायला आलो आहोत आणि आपण करत आहोत काहीतरी वेगळेच.

तुम्हाला असे नाही वाटत का ?

जीवन खूप खूप सुंदर आहे पण आपण जीवन जगणेच सोडून दिले आहे आणि नको ते करण्यामध्ये फक्त आणि फक्त वेळ वाया घालवत आहोत, ज्यामध्ये स्वतःचा आणि दुसऱ्याचं जीवन सुद्धा खराब करत आहोत.

PLEASE विचार करा आणि तुम्हाला विचार करणे खूप खूप जरूरी आहे.

* जीवन जगणे खरंच एवढे कठीण झाले आहे का ?

कदाचित हो पण असेल...पण खरंच जीवन जगणे एवढे कठीण झाले आहे का ? आपण तोपर्यंत जगायला सुरुवात नाही करत जोपर्यंत आपल्या सोबत काहीतरी घडत नाही.. मग ते चांगले पण असू शकते किवां वाईट....?

आपल्या सर्वांना एक KICK ची गरज आहे, जे आठवण करून देईल कि, अरे मानसा, तू खूप वेगळा आहेस मग का दुसऱ्या सारखा बनण्याचा विचार करत आहेस आणि हेच आहे ज्यामुळे तुम्ही स्वतःहून स्वतःच जीवन खराब करत आहात .

* का दुसऱ्यांना COPY करायचं ?

अर्ध्याहून जास्त लोक, कदाचित मी चुकीचा असू शकतो पण मी पाहिलेलं आहे कि, दुसऱ्यांना कॉपी करण्यात वेगळा आनंद आहे पण तो किती वेळ ? असे करून आपण खुश राहू शकतो का ?

तुम्ही या जगामध्ये कोणत्याही कोपऱ्यात असाल ना तरीसुद्धा...आज आपल्याला हवी वाटणारी प्रत्येक गोष्ट EASILY AVAILABLE आहे. असे तुम्हाला नाही वाटत का ?

जास्तीत जास्त लोक ते काम करत आहेत ज्यामध्ये त्यांना काडीचाही INTEREST नाही आहे. आता तुम्हीच मला सांगा, असे केल्याने तुम्ही आनंदी राहाल का ? उलट जो काम करत आहात त्यामध्ये पण चुका करत राहाल आणि तुम्ही करत आहात.

जेव्हा आपण ते काम करतो ज्यामध्ये आपल्याला INTEREST आहे त्यामधला आनंद हा वेगळाच असतो आणि ते मी शब्दात पण नाही मांडू शकत.

माझे तर नेहमी हेच म्हणणे आहे कि , तेच काम करा ज्यामध्ये तुम्हाला आनंद भेट्तय. जर का आपण असे नाही केले तर, आज नाहीतर उद्या आपण स्वतःला दोष देणार हे नक्कीच...

* फक्त २ मिनिटे .... स्वतःसाठी.

आज फक्त शांत राहून दोन मिनिटे विचार करा कि, जर तुमचा चालता चालता HEART ATTACK ने जीव गेला तर... आणि असे होऊ शकते आणि असे झालेले पण आहे.

पूर्ण आयुष्य आपण फक्त भांडण करणे , अहंकार ठेवणे, दुसर्‍यांना त्रास देणे, दुसर्‍याबद्दल वाईट विचार करणे यातच पूर्ण आयुष्य संपवायचा विचार आहे का ?

या जगात आपण फक्त हेच करायला आलो आहोत का ?

असे काही नाही कि, कोणाला काहीच माहित नाही. सर्वजण खूप खूप चांगल्या पद्धतीने ओळखतात कि, काय केलं पाहिजे आणि काय नाही केले पाहिजे.

* अजून वेळ नाही गेली आहे.

जे झाले ते झाले, ते आपण नाही बदलू शकत. मला वाटत कि, आज वेळ आली आहे काहीतरी नवीन करण्याची स्वतःसाठी, दुसर्‍यांसाठी आणि येणाऱ्या आपल्या पुढच्या पिढीला चांगले जीवन देण्याकरिता... कारण जे आज चाललेले आहे तेच जर पूर्णपणे चालू राहणार असेल तर येणारी पिढी पूर्णपणे धोक्याचं आयुष्य जगणार आहे.

मला फक्त तुम्हाला हेच सांगायचं आहे कि, आज नाहीतर उद्या, पुन्हा कधीतरी मी, तुम्ही, आपण मरणार आहोत आणि हे होणार, हे तुम्हाला पण चांगलेच माहित आहे. मग आपण असे आयुष्य का जगत आहोत ज्यामुळे दुसर्‍यांना त्रास होईल.

* नवीन जग...

आपण सर्वजण मिळून एक नवीन जग बनवू शकतो आणि त्यामध्ये सर्वजण फक्त आणि फक्त एक असतील.

नाही कोणत्या गोष्टीचा भेदभाव,

नाही कोणत्या गोष्टीचा अहंकार,

कारण काहीही झाले तरी मरतेवेळी आपल्या समोर आपले पूर्ण आयुष्य एक चित्रपटासारखे समोर येत. तेव्हा मग तुम्हाला कस वाटेल ?

* विचार करा आणि कराच.

विचार करा कारण एकच जीवन आहे आणि आपण आपले जीवन नाही फक्त स्वतःसाठी सुंदर बनवू शकतो तर पूर्ण जगासाठी खूप खूप सुंदर बनवू शकतो आणि हे आपल्याच हातात आहे.

कोणत्याही चांगल्या कामासाठी हीच ती वेळ आहे मग आता विचार कसला करता....उचला पेन आणि पेपर आणि करा एक नवीन सुरुवात.

आमच्या सर्वांकडून तुम्हाला खूप खूप शुभेच्छा.

" मरणार तर आहोत, पण असे काहीतरी करून मरूया कि, मेल्यानंतर पण जिवंत राहाल "

2

चांगल्या लोकांना शोधा, वाईट तुम्हाला शोधतील.

आज या जगामध्ये चांगल्या लोकांना शोधणे आणि त्यांना पकडून ठेवणे, हे खूप मोठे आणि कठीण काम आहे कारण आज चांगला माणूस सापडणे हे खरंच खूप कठीण झाले आहे.

सर्वात महत्वाचे, चांगले माणूस शोधण्यासाठी आपण स्वतःच चांगले असणे खूप महत्वाचे आहे आणि मुळात ते तुमच्या स्वभावात असले पाहिजे नाहीतर चांगला माणूस सापडेल पण तुमचा स्वभाव पाहून तो नक्कीच सोडून जाणार कारण आज कोणाकडेही, कोणासाठीही वेळ अजिबात नाही आहे.

त्यासाठी एक म्हण आहे... आपण स्वतः चांगले तर जग चांगले, नाहीतर काहीच नाही.

* आपण अपेक्षा का करतो ?

तुमचे दुःखी होण्याचं कारण हेच आहे कि, आपण सर्वजण दुसऱ्यांकडून अपेक्षा खूप करतो.

आज प्रत्येक माणूस खूप अपेक्षा करत आहे कि, त्याने माझ्यासाठी हे करावं, हिने ते करावं, आणि जर का असे नाही झाले तर उगाचच आपण आपल्या मनामध्ये नकारात्मक विचार आणतो आणि स्वतःलाच त्रास करून घेतो.

स्वतःला खुश ठेवण्याचं सर्वात सोपा मार्ग - अपेक्षा करू नका.

आज सर्वांना मोठे व्हायचे आहे आणि यामध्ये काही चुकीचे नाही आहे, पण दुसऱ्यांना पाठी खेचून किवां चुगली करून पुढे जाण्यात काही अर्थ आहे का ?

असे केल्याने तुम्ही खुश होऊ शकता का ?

आज आपण पहिले तर.... TALENTED लोक घरी बसले आहेत आणि TIMEPASS करणारे लोक मस्तपैकी जीवन जगत आहेत....आणि हे कडू सत्य आहे.

पण हे असे किती वेळ आणि केव्हापर्यंत...... वेळ बदलत आहे पण आपण बदलत आहोत का ?

* चांगले किवां वाईट अनुभव.....

खरं सांगायचं झाले तर आपल्या सर्वांनाच चांगले अनुभव आणि वाईट अनुभव आलेले असतात पण आपण काय करतो, हे तुम्हाला पण माहित आहे.

आपण वाईट अनुभव सांगायला खूप ENERGY WASTE करतो कारण माणसाला सहानुभूतीची सवय लागलेली आहे. वाईट अनुभव आलेले असतात आणि त्यामुळे आपण सर्वांबद्दल वाईट विचारच करतो, हे कुठं पर्यंत बरोबर आहे .

ठीक आहे, तुमच्यासोबत खूप वाईट झाले, याबद्दल आम्हाला खेद आहे पण मी तर बोलेन कि, जे होते ते चांगल्या साठीच होते कारण कदाचित वाईट माणूस तुम्हाला एक चांगला धडा शिकवून गेला असे तुम्हाला नाही वाटत का ?

प्रत्येक SITUATION आपल्याला काहीतरी शिकवत असते, पण आपण त्याचा कधी विचार करत नाही कारण आपल्याला नको त्या गोष्टीमध्ये रस जास्त असतो.

मुळात कोणीही चांगला किवां वाईट नसतोच. आपण आपले वागणेच असे बनवले आहे कि, समोरचा विचार करणारच. जर खरंच तुम्हाला वाटत कि, तुमच्या सोबत चांगलेच व्हावे तर तुम्ही दुसर्‍यासोबत पण तेच करा कारण आपण जे देतो तेच आपल्याला मिळत असते.

* आपण भेदभाव का करतो ?

एक माणूस या नात्याने पहिले तर प्रत्येकाकडे SAME च अवयव असतात SIZE आणि COLOUR सोडले तर....

मग आपण दुसर्‍यांना अशी घाणेरडी वागणूक का देतो ?

काहीही कारण नसताना आपण JUDGE का करतो ?

काहीही कारण नसताना आपण COMMENTS का करतो ?

आज लोक APPRECIATION कमी तर DEPRESSION कसे येईल यावरच जास्त विचार करतात.

असे का ?

कोण जाणे ?

आणि असे केल्याने नक्की काही मिळत का ?

कि बस TIMEPASS म्हणून....

दुसऱ्यांना त्रास देऊन किवां समोरच्याला वेडा बनवून जर तुम्ही आनंदी होत असाल तर थांबा, कारण उद्या नाहीतर परवा तुम्ही होणार आहात आणि हे नक्कीच होणार.

एकदा विचार कराच कि, जर मला दुसऱ्या कोणी वेडा बनवला तर कसे वाटेल.

तुम्ही कोण किवां समोरचा कोण... तो सुद्धा किवां ती सुद्धा .... कोणाचा मुलगा, मुलगी, बहीण,

बायको आहेच ना, मग जर तुमच्या जवळच्या व्यक्ती सोबत असे झाले तर तुम्हाला आवडेल का ?

* जीवन खूप सुंदर आहे.

आपल्याला मिळालेले जीवन खूप सुंदर आहे पण आपण ज्या लोकंसोबत आहोत तेच जर आपल्याला त्रास देण्याचा विचार करत असतील तर .... जीवन जगणे कठीण आहे मग. आपण दुसऱ्यांकडे लढू शकतो पण आपल्या हक्काच्या लोकांकडे नाही लढू शकत.

मन आतून मेल्यासारखे आहे हे ...

* मी काय आणि तुम्ही काय ?

आपल्या सर्वानाच FEELINGS आहेत, मग जर तुम्हाला HURT होत असेल तर मला पण होणारच...आणि हे होत चालले आहे.

असे बोलतात कि, आपण चांगले तर हे जग सुद्धा खूपच चांगले. हे खरं आहे का ? कारण असे असते तर आज हे जग किती सुंदर असते. एक वेळ अशी होती जेव्हा सर्वजण एकत्र यायचे, बोलायचे, संभाषण करायचे पण आज पूर्णपणे बदलले आहे. आज सर्व एवढे EASY झाले आहे पण जीवन जगणे खूप कठीण झाले आहे आणि याला आपण सर्वजण कारणीभूत आहोत.

असे का.. ? याचा आपण कधी विचार केला का ?

असे नाही कि, चांगले लोक नाही आहेत पण काही वाईट INCIDENTS मुळे चांगली माणसे पण वाईट बनत आहेत, कारण मनामध्ये एक भीती निर्माण झाली आहे.

त्याने किवां तिने मला धोखा दिला ना, बघ किती वाईट होणार ते ?

का ?

कारण तुमच्यासोबत वाईट झाले म्हणून सर्वच वाईट असतात का ?

आपण काय या जगात हेच करायला आलो आहोत का ?

आपण आपला बघण्याचा दृष्टिकोन बदलला तर तुम्ही पण बदलावं पाहाल... असे तुम्हाला नाही वाटत का ?

तुम्ही जगा आणि दुसऱ्यांना पण जगूद्या कारण तो किवां ती किवां आणखी काही... सजीव आहे.

" आपण जसे आहोत, तसेच लोक आपल्याला भेटतात . "

3

तुम्ही सर्वांना खुश नाही ठेऊ शकत.

तुम्ही कितीही प्रयत्न केले तरीही तुम्ही सर्वांना खुश नाही ठेऊ शकत त्यामुळे जो तुम्ही स्वतःला त्रास करून घेत आहात ते बंद करा कारण प्रत्येक माणसाची विचार करण्याची क्षमता वेगळी आहे.

आज तुमचा कोणीही जवळचा व्यक्ती जर तुमचा वेळ मागत असेल तर तुम्ही देऊ शकाल, प्रत्येक वेळी तो किंवां ती वेळ मागत असेल तर शक्य आहे का ?

तसेच आज तुम्ही कोणाची पैसे देऊन मदत केली पण पुन्हा तुम्ही करू शकाल कि नाही हे DEPEND आहे.

जर का तुम्ही मदत केली तर तुम्ही खूप चांगले आहात पण जर का तुम्ही नाही केले तर मग .... तुम्हाला पण माहित आहे काय होत ते.

जीवनात काहीही होऊ शकत, आज जे आपल्या सोबत आहेत ते उद्या आपले दुश्मन बनू शकतात.

आणि जे दुश्मन आहेत ते मित्र बनू शकतात.

* तुम्ही खुश आहात का ?

तुम्ही स्वतःला किती समजता, स्वतःला किती वेळ देता यावर खूप काही अवलंबून आहे कि तुम्ही खुश आहात कि नाखूष.

जर कोणाच्या काही बोलण्याने तुमचा MOOD OFF होत असेल तर खरंच तुम्हाला बदलण्याची गरज आहे. जीवनात काही गोष्टी IGNORE करणे खूप जरूरी आहे.

तुम्ही जर नाही करू शकत तर तुम्ही स्वतःहून स्वतःला PUNISH करत आहात आणि हे तुम्हाला माहित असणे खूप जरूरी आहे.

* ACCEPT करायला शिका.

काही गोष्टी आपण जसे विचार करतो ना तसे नाही होत अशावेळी काय करायला पाहिजे याचा विचार आपण अगोदरच केला असेल तर तुम्हाला काहीच त्रास नाही होणार कारण तुम्ही त्या होणाऱ्या चांगल्या किवां वाईट SITUATION करीता तुम्ही स्वतःला तयार केलेलं असेल. जर चांगले झाले तर मस्तच आणि जर का तसे नाही झाले तर काही हरकत नाही.

जीवनात चांगल्या आणि वाईट गोष्टी होणारच.

मग का रडता?

मग का विचार करता पुन्हा त्याच गोष्टीबद्दल...?

जर खरंच तुम्हाला विचार करायचा असेल तर अशाप्रकारे करा कि, ज्यामुळे दुसऱ्या कोणालाही त्रास नाही होणार.

* काय केल्याने बदलेल ?

मी स्वतःला खुश कसा ठेऊ शकतो ?

मी स्वतःला PROVE कसा करू शकतो ?

असे काय केल्याने माझे जीवन बदलेल ? नाहीतर उगाच समोरचा काय बोलला याबद्दल विचार करून करून पूर्ण दिवस तर खराब करणारच आणि त्यामुळे होणारे वाईट परिणाम पण तुम्हालाच सहन करावे लागतील कारण हे तुमचे जीवन आहे आणि या सर्व गोष्टीना तुम्ही RESPONSIBLE आहात हे ACCEPT करण्याची आपल्यात हिम्मत असायला पाहिजे.

* चिंता करणे सोडा.

चिंता = चिता - आपण चांगले आहोत याचा अर्थ असा नाही कि, समोरचा पण आपल्या सोबत चांगलाच राहील. परिस्तिथी बदलली कि माणसे पण बदलतात आणि हे सत्य स्वीकारावे . तुमच्या हातात फक्त एवढेच आहे कि, तुम्ही स्वतःला किती समजता आणि दुसऱ्यांना किती समजून घेता .

तुम्हाला तुमचे चांगले आणि वाईट गुण माहित आहे त्यामुळे तुम्ही स्वतःला JUDGE करू शकता. दुसऱ्याबद्दल तुम्ही एवढेच जाणू शकता जेवढे त्याने तुम्हाला सांगितले किंवा दाखवले आहे.

आज या जगात खूप खूप अडचणी आहेत पण याचा अर्थ असा नाही कि, आपण पूर्णपणे त्याचाच विचार करत राहावा. तुम्ही फक्त SOLUTION काढण्याचा विचार करू शकता, चिंतेत राहण्याचा नाही.... नाहीतर तुमची ती चिंता, चितेत बनायला वेळ नाही लागणार.

* काय हसायला पैसे लागतात ?

आज लोक पूर्णपणे हसत पण नाही कारण त्यांना भीती आहे कि, लोक काय विचार करतील. जास्त हसू नये, कोणाची नजर लागली तर.... BULLSHIT. कदाचित हे सत्य पण असेल कारण आपण जन्मल्या पासून ते मरेपर्यंत काही ना काहीतरी बोललेच जाते आणि हे आपण नाही बदलू शकत पण असे करणे जरूरी आहे का ?

आता पूर्णपणे हसू पण नाही शकत का ?

जीवन आहे, अडचणी तर असणारच.... अडचणी आहेत म्हणजे उपाय तर असणारच.... पण खरंच आपण उपाय शोधण्याचं प्रयत्न करतो का ?

ज्या दिवशी आपण दुसऱ्यांना दोष देणे पूर्णपणे थांबवू त्या दिवसापासून आपल्या जीवनाची एक

नवीन सुरुवात झालेली असेल कारण त्या दिवसापासून, आपण जसे अहोत तसे आपण स्वतःला स्वीकार केलेले असेल .

आपल्या सोबत जे काही होते त्याला आपण कुठंतरी थोडंफार तरी RESPONSIBLE असतो पण आपण ते मानत नाही... असे तुम्हाला नाही वाटत का ?

"दुसऱ्यांच्या आनंदात, आनंदी राहा आणि जेवढे शक्य होईल, तेवढे लोकांना प्रेम द्या."

4

माझा माझा करणे सोडून द्या.

एक दिवस तुम्ही केलेल्या सर्व गोष्टी इथेच राहणार आहेत आणि तुम्ही ढगांमध्ये असणार आहात त्यामुळे माझा माझा करणे सोडून द्या आणि जीवनाचा मनसोक्त आनंद घ्या आणि दुसऱ्यांना पण आनंदी राहू द्या.

* आपले आयुष्य का खराब झालेलं आहे ?

आज प्रत्येक जण माझं माझं करून पूर्ण आयुष्य खराब करत आहेत स्वतःसाठी आणि दुसऱ्यांसाठी. हे बरोबर आहे का ?

EDUCATED आणि UNEDUCATED सुद्धा..... का आणि कोणासाठी ? येणाऱ्या आपल्या वंशाकरीता, थोडा वेळ विचार केला तर कदाचित बरोबर पण असेल.... पण हे माझं माझं करणे कितपत योग्य आहे.. ?

आज आपण असे करत आहोत तर येणारी पिढी पण असेच करणार आणि यात काहीही शंका नाही आहे.

तुम्ही कधीही मरणार नाही आहात असे वाटून जर तुम्ही माझं माझं करत आहात तर थांबा कारण तुम्हाला शांत डोक्याने विचार करण्याची गरज आहे .

* तुमचे काहीच नाही आहे .

तुम्हाला या जगात तुमच्या आई वडिलाने आणले आहे .

तुम्हाला शिक्षण तुमच्या गुरु ने दिले आहे .

तुम्हाला जे काही मिळाले आहे ते दुसऱ्या व्यक्तीमुळेच मिळालेले आहे असे तुम्हाला नाही वाटत का?

मग आता तरी PLEASE माझं माझं करणे थांबवा आणि माणसांसोबत, माणसासारखे राहा कारण जीवन खूप छोटे आहे आणि असे करून आपण खूप छोटे करत आहोत कारण पुढच्या क्षणाला काहीही होऊ शकत.

आपल्या सर्वांकडे फक्त NOW MOMENT आहे त्याव्यतिरिक्त काहीच नाही आहे आणि ज्यादिवशी तुम्ही हे सत्य स्वीकाराळ, त्यादिवसापासून आपल्या सर्वांच जग खूप खूप सुंदर असेल.

SPREAD LOVE EVERYWHERE YOU GO - MOTHER TERESA

तुम्ही दिलेले प्रेम आठवण राहील. तुम्ही दिलेला तो एक MOMENT खूपच बदल आणू शकतो मग आपण एवढे पण नाही करू शकत का ?

कोणाला प्रेम देण्यासाठी आपल्याला पैसे मोजावे नाही लागत.

बस आपले शब्द....

आता तुमचे शब्द सुद्धा देण्यात कंजुषी करता का ?

* आज आणि उद्या मधील फरक काय असेल ?

जीवन खूप आणि खूप सरळ आहे, जेव्हा हे माहित पडेल त्याच दिवशी तुम्ही खऱ्या अर्थाने जीवन जगायला सुरुवात केलेली असेल.

अजून वेळ गेलेली नाही आहे नाहीतर आज आणि उद्या मध्ये काहीच फरक नसेल.

तुम्ही बदलले तर तुमचे जीवन बदलेल कारण हे तुमचे जीवन आहे आणि तुम्हाला पूर्ण अधिकार आहे तुमचे जीवन सुंदर बनविण्याचं.

आता तुम्ही कुठेही असाल, स्वतःला विश्वास द्या कि, मीच आहे माझ्या जीवनाचा शिल्पकार आणि मला जसे पाहिजे तसे मी माझे जीवन बनवू शकतो आणि बदलावं आणू शकतो कारण बदलावं आणण्यासाठी पहिले स्वतःला बदलणे खूप जरूरी आहे .

* तुम्ही स्वतःला प्रश्न का नाही विचारत ?

तुम्हीच आठवा, शेवटचा प्रश्न तुम्ही स्वतःला केव्हा विचारले ? आठवतंय का ?

आज स्वतःला विश्वास देणे जरूरी आहे कारण या जगात माझे माझे करणे थांबविले पाहिजे.

मी जे माझे माझे करत आहे हे खरंच माझे आहे का ?

आणि जर माझे आहे तर पूर्ण आयुष्य माझे राहणार का ?

आणि जर राहणार असेल तर जे माझे आहे त्याचा पूर्णपणे आनंद घेणार आहे का ?

आज नाहीतर उद्या आपण सर्वजण जाणार हे जग सोडून मग मी माझं माझं का करू ?

वेळ अजून हातातच आहे. थांबवा स्वतःला, विचारा स्वतःला... माझं असे काय आहे या जगामध्ये आणि खरंच हे माझं राहणार आहे का ?

ज्या दिवशी तुम्ही स्वतःला प्रश्न विचारणार त्या दिवशी तुम्हाला खऱ्या अर्थाने उत्तरे सापडतील पण अडचण ही आहे कि, आपण स्वतःलाच प्रश्न नाही विचारत .

आपण स्वतःकडेच खरं नाही बोलत तर दुसऱ्यांकडे काय बोलणार ?

"तुमची जेवढी उंची आहे तेवढीच जागा तुम्हाला लागणार आहे,हे कधीही विसरू नका."

5

तुमचे जीवन तुमचे नाही आहे.

तुमचे जीवन कधी तुमचे नव्हतेच हे एक सत्य आहे पण अजून आपण ते स्वीकारलेले नाही आहे .

जर तुमचे जीवन तुमचे असते तर तुम्ही दुसऱ्यांवर अवलंबून का असता ?

का दुसऱ्यांची वाट पाहता ?

कारण तुम्हाला पण माहित आहे कि, तो किवां ती तुमच्या जीवनात असल्याशिवाय तुमचे जीवन छान नाही बनू शकत .

कदाचित तुम्ही माझ्यासोबत सहमत नाही होणार आणि तुम्हाला पूर्ण अधिकार आहे पण तरीही मी तुम्हाला हेच बोलेन कि , तुमचे जीवन तुमचे नाहीच आहे .

आपण या जगात काहीतरी चांगले करायला आलो आहोत दुसऱ्यांसाठी मग का नाही करत ?

का फक्त स्वताचाच विचार करता ?

SELFISH राहणे जरूरी आहे का ?

जीवनाची खरी मजा ही दुसऱ्यांना सुख देण्यात आहे मग ते प्रेमाचे दोन शब्द असो किवां कोणती मदत... पण जर अपेक्षा न करता कराल तर तुमचे जीवन नक्कीच सुखदायक होईल कारण आपण जेव्हा अपेक्षा न करता दुसऱ्यांसाठी काहीही करतो ना तो SATISFACTION खूप वेगळाच असतो आणि रात्री झोप पण खूप छान लागते .

* तुमचा आनंद तुमच्याच हातात....

तुम्ही कुठेही असा, काहीही करा पण तुमचा MAIN GOAL हेच असले पाहिजे कि, माझ्याकडून जे काही करता येईल ते मी नक्कीच करेन दुसऱ्यांसाठी.

कधी कधी आपण असा विचार करतो कि, माझ्याजवळ जेव्हा संपत्ती येईल किंवा पैसे येतील तेव्हा मी नक्कीच दुसऱ्यांसाठी करेन पण आधी मला.... माझाच विचार करायचा आहे .

हे बरोबर पण असू शकते पण पूर्णपणे बरोबर नाही आहे .

दुसऱ्यांच्या चेहऱ्यावर हसू आणण्याकरिता तुम्ही जर त्यांचे हालचाल जरी विचारले ना तरीपण खूपच झाले पण कडवे सत्य हे आहे कि, आपण ते सुद्धा करणे विसरलो आहोत. आज कोणीही खाली असेल तर फक्त आणि फक्त MOBILE मध्ये चिपकलेले असतात त्यामुळे आज जवळचे नाते सर्वजण विसरलेले आहेत आणि एक ONLINE दुनिया मध्ये नाते बनवलेले आहेत.

जेव्हा आपण दुसऱ्याबद्दल कळत, नकळत चांगले बोलतो किंवा चांगले विचार करतो तेव्हा आपले पण चांगले होत असते आणि हे सत्य आहे.

याच्या विरुद्ध जेव्हा आपण दुसऱ्याचा तिरस्कार करतो किंवा दुसऱ्यांचा वाईट विचार करतो तेव्हा आपले पण तसेच होते तेव्हा दुसऱ्यांबद्दल वाईट विचार करणे थांबवा आणि असे विचार करा कि, तो किंवा ती पण आपली FAMILY MEMBER आहे असा विचार करून समोरच्याना RESPECT द्या कारण जेव्हा आपण RESPECT देणार तेव्हा आपल्याला पण RESPECT मिळणार . उगाच EGO मध्ये आणणार तर मग जे चालले आहे तेच चालत राहणार .

* SITUATION खराब असेल तर....

कधी कधी SITUATION अशा येतात कि, आपण दुसऱ्यांबद्दल खूप वाईट विचार करतो, दुसऱ्यांचा खूप राग करतो.... अशावेळी मग काय करावं ?

शांत राहावं. कारण शांत राहिल्याने खूप प्रश्न सुटले जातात आणि हे सध्याच्या काळात थोडस कठीण आहे पण अशक्य नाही आहे. पण कुठे शांत राहावं आणि कुठे नाही हे सुद्धा एक वेगळीच परीक्षा आहे. तुम्ही जस जसे जीवनाचा अनुभव घेणार ना तुम्हाला माहित पडेल कि, काय करणे जरूरी आहे ते....काही प्रसंग स्वतःच खूप

काही आपल्याला शिकवून जातात जर आपली शिकण्याची सवय असेल तर....

* काय लक्षात ठेवायचं ?

फक्त आणि फक्त एवढे लक्षात ठेवा कि, समोरचा व्यक्ती सुद्धा तुम्ही जसे आहात तसेच आहेत असा विचार करा आणि मग TREAT करा, बघा काय फरक तुम्हाला जाणवतोय .

आज प्रत्येक जण प्रेमासाठी भुकेला आहे आणि हे तुम्ही स्वतःलाच विचारू शकता . कोणी दोन शब्द प्रेमाचे बोलले तर किती आपलेपणा जाणवतो पण

खरंच आपण आताच्या काळात प्रेमाने बोलतोय का ?

हे सुद्धा तुम्ही स्वतःलाच विचारा ?

विचारा

विचारा

कारण हे तुमचे जीवन आहे आणि जर उत्तर सापडले तर ACTION घ्यायला विसरू नका कारण फक्त वाचून तुम्ही काहीच बदलावं नाही आणू शकत .

" जेव्हा कधीही अहंकार मनात येईल तेव्हा एक गोष्ट लक्षात ठेवा कि, हे जीवन तुम्हाला दुसऱ्यामुळे मिळाले आहे . "

6

तुम्हाला मेल्यानंतर काय पाहिजे ?

तुम्हाला काय पाहिजे आणि काय नाही पाहिजे हे आताच ठरवा आणि हे ठरवणे तुम्हाला खरंच जरूरी आहे. जर तुम्हाला स्वतःलाच माहित नाही तुम्हाला काय पाहिजे या जीवनामध्ये तर तुम्ही असून पण नसल्या सारखे आहात.

या जगातील ९० % पेक्षा जास्त लोकांना हे माहित नाही कि त्यांना नक्की काय पाहिजे आहे आणि जे पाहिजे आहे ते कशा प्रकारे आकर्षित केले जाईल याचा कधीच विचार नाही करत. त्यांना फक्त एवढेच माहित आहे कि, चाललंय ना ..... चालू दे. आज नाहीतर उद्या सर्व ठीक होईल अशा आशेवर जगत आहेत.

हे शक्य आहे का ?

काय शक्य आणि काय अशक्य हे आपल्याच हातात असते. तुम्ही जर ठरवले तर कोणतीही गोष्ट अशक्य नाही आहे.

तुमच्यामध्ये क्षमता आहे ती गोष्ट करण्याची पण तुम्ही तेवढा वेळ द्यायला तयार आहात का ?

* एक कडवे सत्य .....

आपण सर्वजण मेल्यानंतर बोलतो कि, किती छान माणूस होता तो किंवा किती छान महिला होत्या त्या .... पण हे सर्व मेल्यानंतरच का बोलले जाते.

आज तुम्ही ठरवाचं कि, मेल्यानंतर तुम्हाला काय पाहिजे ?

जिवंत असताना तुम्ही हे सर्व का नाही बोलत ?

नक्की अडचण कुठे आहे ?

याचा आपण कधी विचार केलाच नाही आणि जर का केले असते तर आज हे जग खूप सुंदर असते.

* नक्की अडचण काय आहे ?

आपल्या सर्वांना दुसऱ्याचं कौतुक कसे करायचं हे माहित नाही किंवा आपल्याला ते शिकवलेच नाही असे बोलायला लागेल. दुसऱ्यांच्या आनंदात सहभाग कसा घ्यावा हे तर जणू सर्वजण विसरलेच आहेत कारण जर का कोणी सफल झाला तर लोक एवढे जळतात कि जणू ह्यांच्या स्वतःच्या घरातून काहीतरी घेऊन गेलं आहे .

जेव्हा आपण खरंच दुसऱ्याचं स्वखुशीने कौतुक करतो तेव्हाचं आपण खऱ्या अर्थाने जगायला सुरुवात करतो असे मला वाटत.

आज नाहीतर उद्या आपण मरणार आहोत हे माहित असून सुद्धा आपले हे असे वागणे बरोबर आहे का ?

तुम्ही माणसांना मानसा सारखे वागविले तर हे जग खूप सुंदर असेल आणि हे आपल्या सर्वांना माहित आहे पण आपण नेहमी दुसऱ्यांची वाट पाहतो कि पहिले त्याने किंवा तिने तसे करावे.

मेल्यानंतर काय पाहिजे याचा विचार न करता..... आपण जिवंत असताना असे काहीतरी करूया कि, सर्व समाज हे बोलेन कि, खरंच मला या व्यक्तीसारखा व्हायला नक्की आवडेल .

* आपण कोणाला घाबरतोय ?

आपल्या सर्वांमधेच काहींना काहीतरी HIDDEN TALENT आहे पण आपण ते कधी बाहेर काढत नाही कारण आपल्या मध्ये एक भीती निर्माण केलेली आहे कि, जर का त्यामध्ये अपयशी झालो तर लोक काय म्हणतील याचाच विचार करून करून पूर्ण आयुष्य खराब करत आहोत .

आपण, आपण स्वतःलाच घाबरत आहोत आणि हे खरं आहे, मग तुम्ही काय बदलावं आणणार स्वतःच्या जीवनात, दुसऱ्यांच्या जीवनात, या समाजात..... कारण तुम्ही घाबरलेले आहात स्वतःच्या नकारात्मक विचाराने. जर खरंच घाबरायचे असेल तर.... कोणते RELATION पूर्णपणे बंद होईल या करीता घाबरा. आपण कोणाला तरी गमवाल या भीतीने घाबरा. उगाचच नको त्या गोष्टींचा विचार करून स्वतःच

स्वप्न मारायचं आणि पूर्ण आयुष्य रडत राहायचं, हे बरोबर आहे का ?

हे तर असे झाले कि, जगलो तेव्हा पण मेलोच आणि मेलो तेव्हा तर मेलोच. याला काहीच अर्थ नाही यापेक्षा जिवंत असताना काहीतरी असे करूया कि, मेल्यानंतर पण लोक बोलतील कि, किती छान काम केलं आहे आणि आज जर हे जिवंत असते तर किती काही केले असते .

मरण हे काही चुकणार नाही पण आपण जे काही कार्य करू ते नेहमीच जिवंत राहील मग आपण या जगात असो किंवा नसो म्हणून असे काहीतरी करूया , असे काहीतरी संदेश देऊन जाऊया कि , मेल्यानंतर पण तुम्ही सर्वांच्या जीवनात जिवंत असणार .

विचार नक्की करा कारण प्रश्न आणि उत्तर, ज्या पद्धतीने तुम्ही सोडवू शकाल तेवढे दुसरे कोणीच सोडवू नाही शकणार.

" आपल्यामुळे कोणी दुःखी नाही आहे या अभिमानाने मराल तर, तुमचे मरण आनंददायी असेल. "

7

कोणाकडून अपेक्षा का करता ?

आपल्या सर्वांची, सर्वात घाण कोणती गोष्ट असेल तर ती फक्त आणि फक्त एकच आहे

" अपेक्षा करणे "

आपण अपेक्षा का करतो आणि त्यामागे काय कारण आहे, हे मला वाटत कि, तुम्हाला चांगलेच माहित असेल नाहीतर आपण कोणाकडून अपेक्षा का केलं असते. अपेक्षा ठेऊन आपणच आपले आनंद मारून टाकतो आणि हे आपल्याला माहित असून सुद्धा आपण अपेक्षा करतो.

* अडचणी का निर्माण होतात ?

या पृथ्वीवर माणूस हा एक असा सजीव आहे ज्याला माहित आहे कि, काय बरोबर आहे आणि काय चुकीचे आहे ? किती चांगले आहे आणि किती खराब आहे ? कारण माणूस हा एक असा सजीव आहे जो स्वतःच वर्तमान बदलू शकतो आणि जसे पाहिजे तसे भविष्य घडवू शकतो पण दुर्भाग्यवश, माणूस आजकाल भूतकाळ मध्ये जीवन जगत आहे आणि हे माहित असून सुद्धा आपल्या सर्वांना भूतकाळ मध्ये राहायला का आवडत ?

जेव्हा आपण अपेक्षा हा शब्द मनात आणतो तेव्हाच खरंतर अडचणी निर्माण व्हायला सुरुवात होते.

आपण ज्या लोकांना ओळखतो त्यांच्याकडून कळत, नकळत आपण अपेक्षा करतो, आणि मग काय होते.

निराशा हाती येते.

मग मला तुम्हीच सांगा, कोणाकडून अपेक्षा करणे जरूरी आहे का ?

काय अपेक्षा नाही केली तर..... जीवन नाही जगू शकत का ?

* जीवन कधी वाकडे नव्हतेच....

जीवन खरंच खूप सरळ आहे पण आपल्यामध्ये खुजली एवढी झालेली आहे कि, आपण वाकडे तिकडे करण्याचे प्रयत्न करत आहोत, याचा विचार कधी आपण केला आहे का ?

जर तुम्हाला आनंद हवा असेल तर आनंद पसरवा ते पण कोणत्याही गोष्टीची अपेक्षा न करता आणि जर का तुम्हाला दुःख हवे असेल तर दुःख द्या आणि बघा काय होत आहे ते....

आपण जे देतो तेच आपल्याला मिळत त्यामुळे काहीही झाले तरी कोणाचेही वाईट करण्याचे विचार पण मनात आणू नका ही तुम्हाला विनंती करतो.

अडचण ही नाही कि आपण अपेक्षा करतो ?

अडचण ही आहे कि आपण अपेक्षा का करतो ?

याचा आपण कधीच विचार नाही करत आणि पूर्ण जीवन SUFFER करत आहोत .

माणूस एवढा कंजूश सजीव आहे जो आपला स्वतःच BRAIN सुद्धा वापरायला कंटाळा करतो कारण त्यांना आपल्या BRAIN वर ताण द्यायचा नाही आहे .

कदाचित बरोबर पण असू शकते, पण कोणासाठी ?

जे लोक ALREADY SETTLE आहेत, त्यांच्यासाठी काही केले किंवा काही नाही केले तर त्यांना काहीच फरक पडणार नाही . त्यांच्याकडे सर्वकाही AVAILABLE आहे पण तरीही एक गोष्ट सांगू का, ते लोक पण अपेक्षा करतात आणि स्वतःला दुःखी करण्याचं पूर्ण प्रयत्न करतात.

आज प्रत्येक जण स्वतःला एवढे BUSY दाखवतात कि, एवढे काय करतात ते त्यांनाच माहित . खरंच एवढे BUSY असतात का ? आणि जर असतात मग RESULT का नाही दिसत ? हे सुद्धा त्यांनाच माहित ? आणि जर का तसे RESULT नाही मिळाले तर आपला राग, आपल्यापेक्षा खाली असलेल्या लोकांवर काढणे, हे कितपत योग्य आहे ?

IGNORE करायचं कि, CLEAR करायचं ?

जर का,

तुम्ही कोणाला काही काम सांगितले आणि जर का त्याने नाही केले तर, तुम्ही कसे REACT करता हे खूप महत्वाचे आहे .

आपण त्यांचं COMPARISON करतो का ?

आपण त्यांचं नाव खराब करतो का ?

आपण त्यांना IGNORE करतो का ?

मला वाटत कि, हे सर्व करण्यापेक्षा CLEAR केलेले नेहमीच चांगले .

* तुमचा आनंद कुठे आहे ?

जर का कोणी तुम्हाला REJECT केले तर तुम्ही नाखूष होता, पण हे चुकीचे आहे कारण कधीतरी तुम्ही पण कोणाला REJECT केलाच असेल, मग ते काहीही असू शकते .

अपेक्षा न करता जर का तुम्ही दुसर्‍यांना आनंदी ठेवत असाल तर तुम्ही खरंच GREAT आहात आणि या जगात, तुमच्या सारख्या लोकांची खूप गरज आहे .

या जगात आल्यानंतर तुम्हाला काय पाहिजे.... एक आनंदमय जीवन कि आणखी काही... हे तुम्हीच ठरवा कारण हे तुमचे जीवन आहे .

एकदा तुम्ही दुसर्‍यांच्या चेहर्‍यावर हसू आणून बघा तुम्हाला कसे वाटतंय ते.

* अनुभव कोणते घ्यायचे....

तुमचा प्रत्येक दिवस, तुम्हाला आनंदी घालवायचे असेल तर असे MOMENT तयार करा कि, ज्यामुळे तुम्ही आणि दुसरे पण आनंदी होतील आणि हे करणे खूप सोपे आहे .

जीवन खरंच खूप सोपे आणि सरळ आहे पण आपण सर्वाने जगायलाच उशिराने सुरुवात केलेली आहे आणि आपले अनुभव आपल्याला तसे करायला भाग पाडते .

तुम्ही चांगले अनुभव पसरवा ज्यामुळे सर्वाना HAPPY HAPPY वाटेल आणि हे तुम्ही करू शकता असा मला पूर्ण विश्वास आहे आणि असे केल्याने तुमचे जीवन पहिल्यापेक्षा खूप छान असेल तुमच्यासाठी आणि दुसर्‍यांसाठी सुद्धा.

" अपेक्षा करून त्रास होण्यापेक्षा, मेहनत करून त्रास झालेला नेहमीच चांगल."

8

मला माफ करा आणि जीवन आनंदात जगा.

जर खरंच तुम्हाला आनंदी जीवन जगायचे असेल तर PLEASE माफी मागा आणि जीवनात खुश राहा.

माफी मागणे ही सुद्धा एक कला आहे पण दुर्भाग्यवश, आपण माफी मागायला शिकलोच नाही असे म्हणावे लागेल कारण मुळात आपला अहंकार जो समोर येतो. आज सर्वांना माहित आहे कि, जो व्यक्ती अहंकारी असतो त्याचा शेवट किती बेकार असतो ते, तोंडावर सर्वजण छान छान बोलतात कारण वाईट नको वाटायला पण खरंच ते लोक अहंकारी माणसाची RESPECT करतात का ?

* मी जरी बरोबर नसलो तरी काय होणार आहे?

छोट्या छोट्या कारणावरून भांडण करणे आणि ते भांडण एक दुसऱ्याला मारण्यापर्यंत जाणे याला काहि अर्थ आहे का ? पूर्ण आयुष्य एक दुसऱ्याचं वाईट करण्यातच घालवणार आहात का ?

आणि कशासाठी ?

फक्त मोठेपणा दाखवण्यासाठी कि बस फक्त मी जे बोलत आहे तेच बरोबर आहे ?

नक्की काय सिद्ध करायचं आहे ?

काय चुकीचे आणि काय बरोबर आहे हे आपल्या सर्वांना चांगलेच माहित आहे पण आपण मुदामूनं खुजली करतो आणि आपल्या सर्वांचे आयुष्य खराब करतो .

एक पाऊल जर पाठीमागे घेतले तर काय होणार आहे .... नक्की विचार करा

.

* आपण एक <u>MACHINE</u> झालो आहोत .

आज माणूस म्हणजे एक MACHINE आणि याला कारणीभूत पण आपणच आहोत . नवीन नवीन TECHNOLOGY त्यामुळे माणसे मनातून खूपच दूर गेली आहेत .

अशा या TECHNOLOGY चा काही फायदा आहे का ?

आपण सर्वजण या जगात आनंद घ्यायला आलो आहोत पण खरंच आपण ENJOY करतोय का ?

आज आपण आजूबाजूला पहिले तर...

MOBILE

MOBILE

आणि बस फक्त MOBILE,

नक्की आपण सर्वजण कुठे चुकत आहोत याचा आपण कधी विचार करणार ?

* खूप वाईट वाटतंय कारण ....

वैयक्तिक संभाषण पूर्णपणे बंद झालेले आहे त्यामुळे नाते दूर झालेत, कुटुंबात भांडणे निर्माण होत आहेत. प्रत्येक माणूस चिडचिडे जीवन जगत आहे आणि याला जबाबदार आपण आहोत असे तुम्हाला नाही वाटत का ?

जिथे संभाषण होत नाही तेथे वातावरण कसे असेल याच तुम्हीच IMAGINATION करा .

आज लोक थोड्या वेळाच्या आनंदासाठी खूप मोठी STEP घेतात आणि नंतर काय ?

दुःख हे असणारच आपण मरेपर्यंत पण आपण आपल्या आजूबाजूला पहिले तर कितीतरी पटीने आपल्याला सुख मिळत आहे याचा आपण कधी विचार करत नाही .

मला वाटत कि,

आज तुम्हाला एक LIST बनवणे जरूरी आहे आणि त्या LIST मध्ये ज्या ज्या लोकांना तुम्हाला माफ करायची गरज आहे त्यांना माफ करून टाका आणि मनातून, डोक्यातून एक ओझं कमी झाल्यासारखे तुम्हाला नकीच जाणवेल आणि हे तुम्ही कराच कारण आपल्या सर्वांना हे करणे जरूरी आहे .

जो पर्यंत तुम्ही तसे करत नाही तो पर्यंत तुम्ही आनंदी जीवन नाही जगू शकत आणि हे एक कडवे सत्य आहे . बाहेरून तुम्ही कितीही खुश दिसले तरी आतून तुम्ही नेहमी दुःखीच राहणार आणि हे जगतेवेळी आलेले एक प्रकारचं मरण आहे जे आपण प्रत्येक दिवस अनुभवत आहोत .

* झोप का नाही लागत आज आपल्या सर्वांना ....

एक कारण MOBILE चा UNLIMITED वापर ....

आणि दुसरे कारण प्रत्येकासाठी वेगळे असू शकते .

आज या जगात ८० % पेक्षा जास्त लोकांना झोपेचं आजार आहे आणि कारण काय आहे याचा कोणीही विचार का नाही करत ?

तुम्ही जर DIRECTLY किंवा INDIRECTLY असे काहीतरी केलेले असेल ज्यामुळे तुम्हाला त्रास होणारच हे साहजिकच आहे . खूप लोक घाबरत आहेत घरी सांगायला कारण प्रत्येकजण आपल्या जीवनात व्यस्थ आहेत त्यामुळे बाकी कुटुंबात काय चाललंय याच कोणालाही लेन देणे नाही राहिले .

आपण जे काही करतो ते आपल्याला या आयुष्यातच फेडावे लागतात त्यामुळे जर का हातातून काही चूक झाली असेल किवां जर का कोणाला माफ करायचं असेल तर आता लगेच न विचार करता करून टाका आणि येणाऱ्या दिवसाचं मस्तपैकी आनंद घ्या .

" सर्व काही शिकून पण, जर का माफी नाही मागता येत....., तर सर्व काही असून पण नसल्यासारखेच आहे ."

९

दाखवणे बंद करा
PLEASE.

आज एक नवीन FASHION निर्माण झालेली आहे " दाखवणे "

खरंच हे जरूरी आहे का ?

बाकीचे करतात म्हणून आपण पण करायचे ?

असे केल्याने फायदा तर सोडा नेहमी नुकसानच झालेलं आहे आणि ते दुसऱ्या कोणाचं नाही. तुमच्या स्वतःचाच, कदाचित हे तुम्हाला दिसणार नाही किंवा समजणार पण नाही .

* बाहेरील आनंद, आनंद आहे का ?

आज सर्व लोक बाहेरील आनंदाला आनंद मानत आहेत, जर असे असते तर प्रत्येक जण आनंदी का नाही मग ?

असे असते तर, ती किंवा तो.... वाईट विचार का करतील दुसऱ्यांबद्दल ? जर आपण बाहेरील आनंदाला आनंद मानतो तर ....

कडवे सत्य नेहमी कडवेच राहील . कितीही दाखवले तरीही

मला फक्त एवढेच बोलायचे आहे कि, आतून आपण खूप खोकले आहोत आणि जस जसे हे जग चालले आहे ना,,, आपल्यासाठी आणि येणाऱ्या पिढीसाठी हे खूप हानिकारक आहे याचा आपण विचार अजून केलाच नाही आहे कारण आपण एवढे मग्न झालो आहोत आणि हे स्वतःला सुद्धा माहित नाही .

जर का आपण आतून आनंदी असतो तर ते AUTOMATICALLY बाहेर दिसेल त्याकरिता दाखवण्याची काय गरज आहे ?

महागड्या वस्तू मग त्यामध्ये काहीही येऊ शकत... ते तुम्हाला काय आनंद देणार ? हे आपल्या सर्वांना माहित आहे तरीपण आपण तेच करतोय कारण बाकी करत आहेत मग मी का पाठी राहू ?

• 27 •

आज MAKE-UP करून आपण आपला चेहरा जसा पाहिजे तसा दाखवू शकतो पण खरंच हे करणे जरूरी आहे का ? आणि तसेपण तो केलेला MAKE-UP किती वेळ राहणार .

* आपण दुसर्‍यांना IMPRESS का करतोय ?

कदाचित दाखवणे ही सुद्धा एक कला आहे ज्यामुळे आपण दुसर्‍यांना ATTRACT करण्याचे प्रयत्न करत आहोत पण हे किती वेळ ATTRACTION असेल याचा आपण विचार नाही करत .

काय असे केल्याने तुम्ही GENUINELY ATTRACT होता का ?

कि बस फक्त क्षणिक सुखासाठी ?

* काळजी करू नका, तुम्ही जसे आहात तसे PRESENT करा .

दुसरा काय विचार करतोय हे विचार करून जगणार तर तुम्ही तुमचे जीवन काय जगणार ?

जे आहे तसेच राहा उगाचच का, आणि कोणाला IMPRESS करायचं ?

तुम्हाला हे जीवन काय यासाठी मिळाले आहे का ?

तुम्ही जसे आहात ना, तसे दुसरे कोणीच नाही आहे आणि हीच तुमची SUPER POWER आहे पण आपण काय करतोय. IMPRESS करण्यामधेच पूर्ण आयुष्य खराब करत आहोत .

तुम्ही जग बदलू शकाल कि नाही, हे मी नाही सांगू शकत पण तुम्ही स्वतःला बदलून एक नवीन जग निर्माण करू शकता आणि हे खरं आहे .

आपण आपला स्वभाव चांगला ठेऊन दुसर्‍यांना बदलू शकतो आणि यासाठी काही पैसे नाही मोजावे लागत ATLEAST इथे तरी कंजुषी करू नका .

* त्रास कुठे नाही ?

जीवनात त्रास होणे हे साहजिकच आहे पण आपण तो, त्रास दुसर्‍यांवर लादत आहोत का ?

आज प्रत्येक व्यक्ती एक दुसर्‍यांवर अवलंबून आहे पण हे असे दुसर्‍यांवर अवलंबून राहून, तुम्ही स्वतःलाच

त्रास देत आहात आणि हे तुम्हाला पण माहित आहे .

तुम्हाला हवी हवीशी वाटणारी कोणतीही गोष्ट तुम्ही, कोणाकडून अपेक्षा न करता पण मिळवू शकता आणि हे सत्य आहे पण आपण काय करतोय ?

जग बदलत आहे म्हणून आपल्याला पण बदलले पाहिजे, हे जरूरी आहे का ?

असे असते तर सर्वजण खूप खूप खुश असते पण तसे आहे का ?

खरंच हे जग चांगल्यासाठी बदलत आहे का ?

जे तुम्ही बदलण्याचा विचार करत आहात ?

आज शांत राहून नक्की स्वतःला विचारा.

प्रत्येक माणसाचे जीवन आणि प्रत्येकाच्या अडचणी वेगवेगळ्या आहेत त्यामुळे प्रत्येक जण आज, जीवनाशी लढत आहे आणि हे कायम असेच राहणार आहे .

जीवन आहे.

अडचणी आहेत.

अडचणी आहेत म्हणून उपाय आहेत.

उपाय आहेत म्हणून अडचणी आहेत.

पण एवढे सर्व असताना आपण आनंदी किती आहोत आणि कितीजण आपल्यामुळे आनंदी आहेत हे आपल्याच हातात आहे, असे तुम्हाला नाही वाटत का ?

* आपण स्वतःशी खरं बोलतो का ?

तुम्ही स्वतःबद्दल काय विचार करता हे जर तुम्हालाच माहित नसेल तर .... ?

काळजी करू नका, खूप जणांना अजून पण माहीत नाही. मी आशा करतो कि, तुम्ही त्या यादी मध्ये नाही आहात .

जर आपण स्वतःशीच खरं नाही बोलत तर दुसऱ्यांशी काय बोलणार ?

जर आपल्या स्वतःलाच आपली RESPECT नाही तर दुसरे काय करणार ?

तुम्ही स्वतःशी का नाही बोलत ? हे तर तुम्ही कुठेही आणि कधीही करू शकता, असे तुम्हाला नाही वाटत का ?

आपले स्वतःशीच चांगले नाते नाही आणि आपण दुसर्‍यांना IMPRESS करून चांगले दाखवण्याचं प्रयत्न करत आहोत, पण हे किती दिवस ?

आज नाहीतर उद्या माहित पडणार मग तेव्हा काय करणार हे जर आपण स्वतःलाच विचारले तर, किती छान जग असेल ना.....

" तुम्ही जसे आहात तसे, तुम्हीच स्वतःला नाही स्वीकारत तर, दुसरे कसे काय स्वीकारतील? "

10

जे तुम्हाला पाहिजे ते दुसऱ्यांना पण....

जर तुमच्या शरीराला लागल्याने इजा होते आणि रक्त बाहेर येतो तर दुसऱ्यांना सुद्धा तसे होतेच ना... मग तो माणूस असो किंवा आणखी कोणताही सजीव .

आपल्या स्वतःला पाहिजे आणि दुसऱ्यांना नको , असे विचार करून कसे काय चालेल ?

* मी हे उदाहरण का देतोय ....

आज आपण कुठेही गेलो आणि जर का, मान-पान मध्ये थोडेसे कमी झाले तर...आपल्याला किती वाईट वाटते . कदाचित सर्वजण ते, बोलून नाही दाखवू शकत पण असे झाले तर तुम्ही काय करता ? जर आपल्याला वाईट वाटते तर दुसऱ्यांना पण वाईट वाटत असेलच ना ?

ज्या दिवशी आपण सर्वांना EQUALLY TREAT करू ना त्या दिवसापासून हे जग पूर्णपणे बदललेले असेल, आणि तसे पण CORONA मुळे एक गोष्ट समजलीच असेल कि, भेदभाव करू नका नाहीतर ....

* फायदा होणार म्हणून बोलाल तर शेवट खराब होणार, हे कुठेतरी लिहून ठेवा .

काय आपण फक्त अशा लोकांकडे RESPECTFULLY वागतो ज्यांचा या समाजात नाव आहे ?

कि जे चांगल्या POST वर आहेत ?

कि जे आपल्याला भविष्यात मदत करतील ?

समोरच्या कडून आपल्याला फायदा होणार म्हणून त्यांच्याकडे बोलायचं, त्यांना RESPECT द्यायची आणि जिथून आपला काहीही फायदा नाही होणार त्यांना IGNORE करायचं, हे बरोबर आहे का ?

तुम्ही सुरुवात तर करा, कारण प्रत्येक जण याच आशेवर असतो कि पहिले त्याने मला RESPECT द्यावी आणि हे सर्व असेच राहणार असेल तर तुम्ही काय बदलावं आणणार ?

* आपला लक्ष कुठे असतो जास्तीत जास्त ....

तुम्ही कुठेही असा, आपण सर्व FREE भेटणाऱ्या गोष्टींवर का जास्त लक्ष ठेवतो ?

आज प्रत्येक हवी हवीशी वाटणारी गोष्ट तुम्हाला मिळेलच असे कुठे लिहिले आहे का ? पण ती जर गोष्ट आपल्या आयुष्यात आणण्याकरिता प्रयत्न केले तर ती नक्कीच मिळू शकेल याचा आपण विचार करत नाही किंवा आपल्या सर्वांना मेहनत करायला कंटाळा येतो .

खरं सांगायचं झाले तर, FREE मध्ये भेटलेल्या गोष्टी जास्त दिवस टिकून राहत नाही हे आपल्या सर्वांना माहित आहे तरी सुद्धा, आपण अशा गोष्टीमधेच जास्त लक्ष देतो आणि भविष्यात अडचणींना बोलावून घेतो .

* या जगातील PATIENCE कुठे गेला ?

आज तुम्ही आजूबाजूला पहिले तर लोक पहिल्यासारखी खंबीर नाही राहिली कारण आज प्रत्येक गोष्ट लगेच मिळते त्यामुळे PATIENCE काय आहे आणि काय होते, हे जणू आपण विसरलोच आहोत .

आज लोक खूप नाजूक आहेत आणि त्यांचा हा, नाजुकपणाचं हळू हळू आपल्या सर्वांना संपवत आहे . जसे जसे दिवस जात आहेत, जीवन खूप कठीण होत आहे आणि याला RESPONSIBLE आपण आहोत .

आपले राहणीमान,

आपले विचार,

आजूबाजूचा वातावरण,

आपल्याला फक्त आणि फक्त नकारात्मक गोष्टीच मिळत आहेत मग आपण एक चांगले जीवन कसे जगू शकतो .

चांगल्या गोष्टी काय आहेत, यापासून आपल्या सर्वांना दूर केले जात आहे . आज आपण, जगात प्रगती झालेली पाहतोय पण जीवन कमी झालेलं आहे मग अशी प्रगती करून काय फायदा ?

उलटे असे करून आपण सर्वांनी आपले जीवन खराब केले आहे आणि हे माहित असूनसुद्धा आपण दुसऱ्याना त्रास देऊन, त्यांचा प्रत्येक दिवस खराब करत आहोत आणि असे करून तुम्हाला काय भेटणार..

दुवा

कि

.... ?

आज आपण " हवय " च्या भूमिकेत जगत आहोत आणि त्यामुळे माणुसकी संपत आहे .

आपल्याला काय पाहिजे यापेक्षा आपण काय देत आहोत हे खूप महत्वाचे आहे कारण आपण जे देतो त्यापेक्षा कितीतरी पटीने आपल्याला मिळत असते आणि जर का तुम्हाला द्यायचे नसेल तर, जे आहे ते पण हळू हळू निघून जाणार .

दुसऱ्यां सोबत नेहमी असे राहा जसे तुम्हाला स्वतःसोबत राहायला आवडेल .

" तुम्ही दुसऱ्याचं चांगले करा. तुमचे आपोआप चांगले होईल. "

11

स्वतःचे निर्णय स्वतःच घ्या.

जर तुम्ही स्वतःचे निर्णय स्वतःच घेत नसाल तर, तुम्ही या जगात येऊन कितीही जरी शिकले असाल तरी त्याचा काहीही उपयोग नाही . मी खूप जणांना पहिले आहे , ते निर्णय नाही घेत.... कारण त्यांना भीती वाटते .

निर्णय कोणीही घेऊ शकेल पण आपण घेतलेला निर्णय बरोबर आहे हे सिद्ध करण्याची क्षमता आपल्यामध्ये असली पाहिजे .

आज लोक खूप घाबरतात . छोट्या छोट्या कारणामुळे ताण तणाव निर्माण होत आहे .

निर्णय घेतेवेळी जर आपण पूर्णपणे विचार केले तर तुम्हाला त्रास नाही होणार किंवा झाले तरी कमी असेल म्हणून विचार करून, असे केल्याने काय होईल, काय नाही होणार , आणि असे झाले तर मी कसे काय सामोरे जाऊ शकतो... या सर्व गोष्टीचा विचार केला तर तुम्हाला रडण्याची वेळ नाही येणार ...

<u>*** तुम्ही अभिमानाने जगता का ?**</u>

तुमचे जीवन तुमच्याच हाती आहे आणि तुम्हाला जसे पाहिजे तसे जीवन जगू शकता पण तुम्ही तसे जगत आहात का ? कि बस COMPROMISATION चालू आहे जीवनात ?

कधी कधी तर पूर्ण आयुष्य आपण दुसऱ्यांवर अवलंबून राहूनच निर्णय घेतो आणि त्यामुळे आपले सर्व निर्णय चुकीचेच ठरतात आणि मग दोष आपण दुसर्यांना देतो .

ज्या दिवशी तुम्ही स्वतःचे निर्णय स्वतः घ्याल ना, त्या दिवसापासून तुमच्या जीवनात एक बदल झालेलं जाणवेल मग ते चांगले बदल असू शकते किंवा खराब पण...

* स्वतःचे निर्णय स्वतःच घेणे का महत्वाचे आहे ?

तुम्ही जेवढा स्वतःला चांगल्या प्रकारे ओळखता तेवढे तुम्हाला कोणीच ओळखत नाही त्यामुळे तुम्हाला तुमच्या आवडी निवडी सर्व काही खूप छानपने माहित असते त्यामुळे तुम्हाला कोणता निर्णय घेणे जरूरी आहे आणि तो निर्णय तुमच्या जीवनात काय बदल आणू शकतो हे सर्व तुमच्या आणि तुमच्याच हाती असते पण आपण काय करतो.... नेहमी दुसऱ्यावर अवलंबून राहतो .

* आपण का ठरवत नाही ?

आपण जर ठरविले तर आपल्याला जसे पाहिजे तसे जीवन बनवू शकतो आणि खराब पण करू शकतो आणि याला कारणीभूत पण आपणच असतो आणि हे आपण कधीच ACCEPT नाही करत . मुदामूनं तुमच्या सोबत काहीच घडत नसते .

* आपण आपला प्रत्येक क्षण खराब का करतो ?

आज आपण जवळ जवळ अपेक्षा करून करून प्रत्येक क्षण खराब करत आहोत आणि हे आपल्या सर्वांना चांगलेच माहित आहे . अपेक्षा न करता, आपण जीवन मस्तपैकी जगू शकतो पण दुर्भाग्यवश, आपण तसे नाही करत आहोत .

जेव्हा जेव्हा आपण अपेक्षा करतो तेव्हा तेव्हा आपणच आपले क्षण खराब करतो आणि हे सत्य आहे, मग तुम्ही ते ACCEPT करा किंवा नका करू.... हे तुम्हीच ठरवा .

आपल्या सर्वांना एक खूप बेकार सवय लागली आहे आणि ते आपण आज नाहीतर केव्हा पासून करत आलो आहोत,

आपले काम नंतर करणे.

आपले काम दुसऱ्यांवर लादणे .

आपले काम उद्या करेन या आशेवर जगणे.

पहिली गोष्ट, जेव्हा आपण दुसर्यांना काम देतो तेव्हा आपण जेवढ्या मेहनतीने आणि काळजी करून करतो तेवढे दुसरे कोणीच नाही करू शकत....

जर का खरंच तुम्ही तुमच्या कामावर प्रेम करत असाल तर ....

जर का खरंच तुम्ही RESPONSIBLE असाल तर...

* आपण का विसरलोय ?

आपण विसरलो आहोत कि, ज्या कामामुळे..... मग ते कोणतेही असो, ज्यामुळे आपले घर चालू आहे त्या कामाचं आपण तिरस्कार कसा करु शकतो, का काहीही कारण नसताना आपण कामाचं बोलून रडगाणे सुरू ठेवतो ? आणि खरंच तुम्हाला ते काम नाही आवडत... मग तुम्ही ते काम का करत आहात ? असे करून तुम्ही स्वतःच वेळ आणि ताकद सुद्धा खराब करत आहात आणि दुसऱ्याचं पण...

इच्छा नसून पण जर का तुम्ही ते काम करत आहात याचा अर्थ तुम्ही भविष्यात स्वतःकरिता अडचणी निर्माण करत आहात , असे तुम्हाला नाही वाटत का ?

आज ठीक आहे.

उद्याच काय ?

आपण नेहमी उद्याचा विचार करून जीवन जगले पाहिजे पण होत आहे याच्या उलट.

आपण चिंतेत राहून जीवन खराब करतोय बाकी काही नाही आणि यालाच आपण आपले नशीब मानले आहे कि, जीवन असेच आहे आणि नेहमी असेच राहणार... ही विचार धारणा जोपर्यंत बदलू नाही शकत तोपर्यंत आपले जीवन आज जसे आहे तसेच राहणार आणि हे तुम्ही लिहून ठेवाच .

* आज COMMON काय झालेलं आहे ?

आपल्या सर्वांमध्ये एक गोष्ट COMMON झालेली आहे कि, आपण आपला राग दुसऱ्यांवर काढतो

का काढतो ?

हे जणू एक कोडेच आहे ?

काहीही कारण नसताना जेव्हा आपण असे करतो तेव्हा आपण दुसऱ्यांना त्रास तर देतोच, त्यासोबत बद्दुवा चा स्वागत करतो... यापुढे जेव्हा राग कराल तेव्हा लक्षात ठेवा कि, तुम्ही दुसऱ्यांना त्रास देऊन स्वतःच स्वतःकडे बद्दुवा बोलवत आहात .

आज आपण पूर्णपणे माणुसकी विसरलो आहोत असे बोलणे चुकीचे नाही ठरणार कारण आजूबाजूला हेच चालले आहे आणि हे सर्व, आपण निर्माण केलेले आहे .

भीतीचे आयुष्य जगतोय त्यामुळे माणुसकी हरवली आहे . कोणीही कोणाला धोखा देऊ शकतो हे माहित आहे मग आपण दुसऱ्यांना का धोखा देतोय ? आणि अपेक्षा करतोय कि त्याने माझ्यासोबत असे नाही वागले पाहिजे .

* तुम्ही बाहेर काय OBSERVE करता ?

तुम्ही आता ज्या CONDITION मध्ये आहात फक्त आजूबाजूला एकदा पहाच .

बघा काय दिसत आहे .

या जगात लाखोंहून जास्त लोक तुम्ही जे जीवन जगत आहात तसे जीवन जगण्याची इच्छा व्यक्त करत आहेत आणि हे पूर्णपणे सत्य आहे .

आज तुम्ही जरी एका छोट्याशया भाड्याच्या घरी जरी राहत असाल तरी सुद्धा तुम्ही खूप LUCKY आहात कारण तुमच्या मध्ये क्षमता आहे भाडे देण्याची... मग तुम्हीच ठरवा कि, तुम्ही आपले गाव सोडून दुसऱ्या ठिकाणी जाऊन हक्काने राहून एवढे काही करू शकता तर स्वतःचे आयुष्य नाही का बदलू शकणार ?

आपण सर्व सोडून इकडे येऊ शकतो तर सर्वपणाला लावून काय नाही बदलू शकत ?

विचार करा कि, जर तुम्ही अचानक आंधळे झाले तर ....

विचार करा कि, जर तुमचे हात तुटले तर ...

विचार करा कि, जर तुम्ही PARALYSED झालात तर ...

पुढचे जीवन कसे असू शकेल याचा कधी विचार केला आहे का ?

आज थोडा वेळ विचार करा आणि आजपासून नवीन जीवन सुरु करा.

RESPONSIBILITY घ्यायला सुरुवात करा .

आपण का या जगात आलो आहोत याचा विचार करा आणि आपल्या स्वतःसाठी, दुसऱ्यांसाठी, समाजासाठी थोडं फार का नाही होत पण काहीतरी बदलावं करून जा... एवढे केले तरी खूप खूप झाले .

" तुम्ही घेतलेला निर्णय चुकीचा असेल तरीही चालेल पण, तुम्हाला ते बरोबर आहे, हे सिद्ध करण्याची जिद्द असली पाहिजे."

12

प्रत्येक दिवस जगा, जसे शेवटचा दिवस आहे.

आपल्या सर्वांना माहित आहे कि, एक दिवस आपण सर्वजण निरोप घेणार आहोत आणि तो निरोप कसा असेल हे तुम्हीच ठरवा. एक शानदार प्रवास कि घिसीपिटी जीवन ?

मृत्यू कधीही येऊ शकत, अगदी NEXT SECOND .

क्षमा असावी थोडे कडवे बोलत आहे पण तुम्ही हे कडवे सत्य स्वीकारलं पाहिजे .

*** उद्या काय होईल ?**

प्रत्येक दिवस,

प्रत्येक क्षण,

आपण घाबरून जीवन जगतोय उद्याची भीती , उद्या काय होईल , माझ्यासोबत असे का घडले ? आपण फक्त भूतकाळ आणि भविष्याच विचार करून जगतोय आणि यामुळेच आपले जीवन पूर्णपणे खोखले झाले आहे .

आपण सर्व,

हो .... आपण सर्व, या जगात आनंद लुटायला आलो आहोत पण आपण असे करतोय का ?

थोडा वेळ थांबा कारण उत्तर लगेच नाही सापडणार.. कारण आपण विचार कधी केला आहे का ?

आपण फक्त जसे दिवस आले आहेत ते फक्त जाऊन देतोय ...

सकाळी उठणे

जेवण करणे

झोपणे

आणि जर का वेळ मिळाले तर (ACTUALLY लोक खूप BUSY दाखवतात ना)

TV, MOBILE, SOCIAL SITES आणि मग दिवस संपला .

असे जीवन जगणे हेच जीवन आहे काय ?

या आधी लोक असेच जीवन जगायचे का ?

खर पहिले तर चुकी कोणाचीच नाही आहे कारण आपले वातावरण असेच निर्माण झालेलं आहे आणि हे आपल्याला माहित असून सुद्धा आपण प्रत्येक क्षण खराब करतोय .

दुसरे करत आहेत म्हणून आपण पण तेच करायचं मग तुम्हीच ठरवा कि तुमच्यात आणि त्यांच्यात काय फरक आहे.

* शरीराचा नवीन अवयव " MOBILE "

ह्या नवीन अवयवाने पूर्ण जगाला वेड लावले आहे आणि त्यामुळे आपण सर्वजण ALONE FEEL करतोय हे आपल्याला का नाही कळत आहे ?

आपण कितीही SOCIALLY ACTIVE असलो तरीही PHYSICALLY अपंग झालो आहोत आणि याला कारणीभूत आपणच आहोत .

जर का MOBILE नसतं तर काय आपण जिवंत राहिलो नसतो का ?

आपल्या सर्वांना OLD LIFE पुन्हा एकदा बघणे जरूरी आहे कारण OLD LIFE खरंच खूप छान होती . तुम्हाला आठवतंय का .... वेळ मिळाले तर PLEASE आठवाच .

कदाचित मी चुकीचा आकडा बोलू शकतो पण तरीही बोलेन कि, लोक आरामात ८० वर्ष तरी जगायची पण आता काय झालेलं आहे .... ५० वर्ष काढता काढता पण नाकी नऊ येत आहेत आणि हे तुम्हाला चांगलेच माहित आहे .

मला तर वाटत कि, गेल्या ३० वर्षात जेवढी प्रगती झाली आहे ती नसती झाली असती तर खरंच खूप मस्त झाले असते कारण आज आपलेपणा पण गायब झालेलं आहे आणि आयुष्य सुद्धा कमी झालेलं आहे मग अशा प्रगतीच काय फायदा ?

आणि हे बदलावं आणले कोणी.... माणसांनीच माणसाचे जीवन उध्वस्त केले आहे आणि हे आजच्या जीवनाची वास्तविकता आहे .

* शांतता कुठे आहे का ?

आज TECHNOLOGY, INTERNET, MOBILE, APPS अशा या EASILY AVAILABLE असल्यामुळे जीवन आणखी कठीण होत चालले आहे त्यामुळे एक दिवस

सुद्धा तुम्ही शांत नाही राहू शकत. आपण दिवसातून किती वेळा MOBILE चालू बंद करतो, काहीही कारण नसताना ....., आपण प्रत्येक गोष्ट LIMITED वापरली तर काहीही अडचण नाही होणार पण एकदा सवय लागली तर, आणि आज आपल्या सर्वांना ती सवय लागली आहे त्यामुळे शांतता काय आहे हे आपण विसरलोच आहे.

* थोडं थांबणार का PLEASE ?

अजून वेळ नाही गेली आहे कारण आपण ज्या सवयी लावल्या आहेत त्या आपण बदलू पण शकतो आणि हे आपल्याच हातात आहे त्यामुळे आज थोडं थांबणार का PLEASE कारण आज नाही थांबले तर उद्या आणखी किती वाईट परिस्तिथी असेल याचा तुम्ही स्वतःच अंदाज करू शकता .

MOBILE पासून दूर राहून जरा स्वतःसाठी जगा... बघा किती मस्त FEEL होतंय ते.पाहिजे तर MOBILE बंद ठेऊन आपल्या जवळच्या SPECIAL व्यक्तीला भेटून SURPRISE द्या ...बघा त्यांच्या चेहऱ्यावरचा आनंद ...

कारण जवळ जवळ आपण मिळणे बंदच केलं आहे .

कोणाला तरी GIFT द्या, जरूरी नाही कि BIRTHDAY असेल तेव्हाच दिले पाहिजे.

पुन्हा एकदा मैदानात जा.... खेळा, पडा, धावा आणि या क्षणाचा आनंद घ्या... बघा किती मस्त वाटतंय.

लहानपणीच्या आठवणी बाहेर काढा आणि मनसोक्त आनंद घ्या कारण तुमच्याकडे आज आहे, उद्या असेल कि नाही... याची अजिबात GUARANTEE नाही आहे .

उद्या जरी तुम्ही नसले तरी तुम्ही दिलेला तो क्षण लोकांना लक्षात राहिले पाहिजे यासाठी लोकांच्या हृदयात बसायचं कि डोक्यात बसायचं... हे तुम्हीच ठरवा .

" शेवट कधी होईल, ते नाही सांगू शकत पण आपण जगायला सुरुवात केली आणि दुसऱ्यांना पण जगायला दिले तर तुमचा शेवट आनंददायी असेल "

13

संयम ठेवा नाहीतर...., जे आहे ते पण गमवाल.

आज संयम हा शब्द फक्त शब्दच राहिला आहे कारण आज संयम हे राहिलेच नाही आहे. आज आपल्या सर्वांना प्रत्येक गोष्ट लगेच हवी असते मग ते काहीही असो आणि याला कारणीभूत आपण आहोत .

आज थांबणे काय असते हे जवळ जवळ आपण विसरलो आहोत .

आज आपण जास्त वेळ कोणाचीही वाट नाही पाहू शकत कारण आपल्यात संयम आहे कुठे ?

आज आपण थोडा वेळ शांत नाही राहू शकत.

* आज आपण हलाकीचे जीवन का जगतोय ?

आज तुम्ही आजूबाजूला पहा, कोणीही शांत नाही दिसणार.... छोट्या छोट्या कारणावरून भांडण होत आहेत याचा अर्थ आपल्यामध्ये राग किती भरला आहे .

जर हे असेच चालू राहणार असेल तर, आपण आणखी बेकार जीवन जगण्याची वाट पाहतोय का ?

आज आपण कमी ऐकतो तर उत्तर लगेच देतो आणि यामुळेच तर अडचणी निर्माण होत आहेत.

आपण जर उत्तर नाही दिले तर आपली वेड्यात गिनती नाही होणार आहे त्यामुळे शक्य असेल तर शांत राहा आणि असे केल्याने खूप अडचणी टाळल्या जातात .

आपण, समोरचा काय बोलत आहे हे कधी समजण्याचा विचार नाही करत, बस तोंड मिळाले आहे ना...मग सुरु होते BLAH, BLAH, BLAH आणि तसेपण, कुठेही लिहिले नाही आहे कि तुम्हाला लगेच उत्तर दिले पाहिजे .

मुळात आपल्याला प्रश्न काय आहे यापेक्षा उत्तर कसे देता येईल हेच शिकवले आहे.

तुम्हाला खरंच तुमच्या जीवनात बदल हवा असेल तर आतापासून स्वतःमध्ये संयम ठेवणे सुरु करा आणि ते संयम, तुम्हाला खूप मदत करेल .

काय कमी आहे ते पाहण्यापेक्षा, काय आपल्याकडे आहे आणि ते आपण कशाप्रकारे IMPROVE करू शकतो याचा विचार केला तर,

* किती छान LIFE आहे.

आपल्या सर्वांना दुसऱ्यांची LIFE नेहमीच छान वाटते पण त्यामागची मेहनत आपण कधीच APPRECIATE नाही करत . त्याने दिलेला वेळ आणि त्यासाठी लागणारी मेहनत असेच लोक करतात ज्यांच्यात संयम आहे .

संयम = गोड फळ

उशिराने होणारी गोष्ट नेहमीच तुम्हाला गोड फळ देते आणि घाईघाईत होणारी गोष्ट तुम्हाला फक्त तेवढ्या पुरता आनंद देते.

असे नाही कि,

तुम्ही जर काही गमवले तर नाही कमवू शकत....,

तुम्ही कमवू शकता आणि पहिल्या पेक्षा जास्त... त्याकरिता तुमच्यात तेवढा संयम असायला पाहिजे पण आज तेच नाही राहिले आहे याचा मला दुःख आहे .

आज प्रत्येकाला INSTANT HAPPINESS पाहिजे आहे, हे काय INSTANT COFFEE आहे का ?

हे आपले जीवन आहे आणि त्यामुळे आपण INSTANT SUCCESS चा विचार सुद्धा करू नये आणि जर का तुम्ही तसा विचार करता तर ते फक्त थोडा वेळ असेल आणि निघून जाईल....त्यामुळे तुम्हालाच त्याचा त्रास होणार त्यापेक्षा स्वतःमध्ये संयम ठेवण्याची QUALITY DEVELOPE केली तर , किती छान RESULT असतील ....

* तुम्ही INVESTMENT सही ठिकाणी का नाही करत ?

आपल्याला पहिलीतून, दुसरीमध्ये जाण्यासाठी १ वर्ष लागतो.... मग तसेच काहीतरी करण्यासाठी किवां

शिकण्यासाठी वेळ तर द्यावाच लागेल ना... तुम्ही INVESTMENT कुठे करता आणि काही वर्षांनंतर तुम्हाला काय भेटणार हे सुद्धा आपल्याच हातात आहे .

योग्य ठिकाणी केलेली INVESTMENT तुम्हाला नेहमी चांगलेच RETURN देते त्यामुळे INVESTMENT करायला सुरुवात करा .

तुम्हाला तुमचा भविष्य चांगला हवा असेल, अर्थातच सर्वांना हवय मग स्वतःचा वेळ, स्वतःच पैसे , स्वतःचा KNOWLEDGE .... अशा ठिकाणी INVEST करा जिथून तुम्हाला मस्तपैकी RETURN मिळेल .

" काय होते याचा विचार न करता, काय आहे याचा विचार केला तर, तुम्ही नक्कीच खूप काही गोष्टींचा आनंद घ्याल."

14

आरश्यासोबत बोला.

आजपर्यंत आपण खूप जणांकडे बोललो आहोत पण खरंच तुम्हाला सर्वांकडे बोलून बरे वाटत का ?

आज एकदा फक्त आरश्यासोबत बोला कारण आरसा कधीच खोटं नाही बोलत आणि कधीच उलटे उत्तर नाही देत... मग तर आवडेल ना तुम्हाला आश्र्यासोबत बोलायला ..?

* का जरूरी आहे आरश्यासोबत बोलणे ?

ज्यादिवशी तुम्ही आरश्यासोबत बोलायला सुरु करणार ना, तेव्हाच माहित पडेल कि, तुमचा खरतर दुश्मन कोण आहे ते ?

ACTUALLY, तुम्हीच आहात तुमच्या LIFE चा दुश्मन, कारण तुम्ही मनात नको ते विचार आणून पूर्ण डोके खराब केलेले आहे .

नको ते नकारात्मक विचार करून,

नको त्या गोष्टींमध्ये रस दाखवून,

कारण ह्या ज्या गोष्टी आपण करतो त्यामुळे थोडस कदाचित आनंद भेटत असेल पण..... पण खरंच हे जरूरी आहे का ? याचा आपण का नाही विचार करत ?

दुसऱ्या लोकांचं सोडा,

तुम्ही आरश्यासोबत तरी खरे बोला आणि बघा तुम्हाला कसे वाटतंय ते ?

कि, आरश्यासोबत पण खोटेच बोलणार ?

आपण स्वतःकडे सुद्धा खरे बोलायला घाबरतो मग दुसऱ्यांकडे काय बोलणार... ?

आणि अपेक्षा करता कि , कोणीही माझ्याशी खोटे नाही बोलावे नाहीतर मी पूर्ण नाते तोडणार .....

हे बरोबर आहे का ?

* तुम्ही स्वार्थी आहात का ?

जो व्यक्ती आपल्या स्वतःसाठी वेळ नाही काढू शकत तो दुसर्‍यांना काय वेळ देणार, आणि तो विचार करून करून वेळ देणार असेल तर नक्कीच त्यामध्ये त्याचा स्वार्थ असेल या भावनेनेच वेळ देणार . आरश्यासोबत सोडा, तुम्ही स्वतःलाच विचारा कि, शेवटचे तुम्ही स्वतःकडे केव्हा बोलले होते हे कदाचित आठवत पण नसेल .... हो ना ?

आपल्या सर्वांना VACATION साठी नवनवीन ठिकाणी फिरायला आवडत पण स्वतःचे जीवन

नको ते चित्र पाहून,

नको हे विचित्र ऐकून,

बदलण्यासाठी नवीन काहीतरी करायला नाही आवडत . नवीन काहीतरी शिकायला नाही आवडत . आणखी थोडीशी मेहनत करायला नाही आवडत . स्वतःशीच स्वतःला बोलायला नाही आवडत आणि आपण दुसर्‍यांना बोलतो कि, किती बेकार माणूस आहे तो ? मग तुम्ही काय आहात ? दुसर्‍यांना बदलण्यासाठी पहिले स्वतःलाच बदलणे खूप जरूरी आहे . CHANGE साठी बाहेर जाणे, जरूरी नाही आहे, तुम्ही जिथे आहात तिथे राहून खूप काही बदलाव आणू शकता.... जर तुम्ही ठरवले तर .

CHANGE तेव्हाच येतो जेव्हा तुम्ही स्वतःहून ठरवता कि, मला बदलायचं आहे आणि जेव्हा तुम्ही तसे ठरविणार तेव्हाच बदल नक्कीच येणार .

जेव्हा कधीही स्वतःला बदलण्याचा विचार करता तेव्हा स्वतःला विचारा कि, मी का बदलत आहे ?

मी कोणत्या कारणामुळे स्वतःला बदलवत आहे ?

आणि जेव्हा तुम्हाला त्यामागचा उद्दिष्ट्य सापडेल तेव्हाच स्वतःला बदला नाहीतर सर्वजण बदलत आहेत म्हणून आपण पण बदलायचे हे अजिबात बरोबर नाही आहे .प्रत्येक माणसाच राहणीमान वेगळे आहे .

प्रत्येक माणसाच्या अडचणी वेगळ्या आहेत .

प्रत्येक माणसामध्ये क्षमता आहे कोणत्याही परिस्थितीला सामोरे जाण्याची आणि त्यातून स्वतःला आणि दुसर्‍यांना पूर्णपणे बाहेर काढण्याची.... पण आपला स्वार्थ, आपलाच विचार करतो .

* आता नाही बोलणार तर कधी बोलणार ?

कोणाला बटर आवडतात तर कोणाला खारी .

कोणाला CRICKET आवडत तर कोणाला FOOTBALL .

कोणाला TIMEPASS करायला आवडत तर कोणाला SERIOUS राहायला .

प्रत्येक जण आप आपल्या परीने जीवन जगत आहे आणि प्रत्येकाची CHOICE पण वेगळी आहे तसेच प्रत्येकाच जीवनाला पाहण्याचा दृष्टिकोन पण वेगळाच आहे म्हणून दुसरे काय करत आहे याचा विचार ना करता, आपल्याला काय आवडत, आपल्याला कोणत्या FIELD मध्ये INTEREST आहे याचा आपण विचार केला तर आपल्या सर्वांचं जीवन पहिल्यापेक्षा खूप आणि खूपच मस्त असेल....उगाच कुठेही, कोणाला, कोणाच्या जीवनात खुजली करू नका ... आणि खुजली करून तुम्हीच अडचणींना बोलवत आहात याचा पण विचार करा .

आज थोडा वेळ स्वतःसाठी काढा. आरश्यासोबत बोला. स्वतःकडे बघा आणि बघा किती बदल तुम्हाला जाणवेल जेव्हा आपण स्वतःहून स्वतःच्या चुका स्वीकारतो आणि IMPROVEMENT करायला सुरुवात करतो.

" बोलाल तर बोलाल पण, कोणाकडे बोलाल आणी का बोलाल ? यावरून खूप काही तुमच्या जीवनाबद्दल बोलले जाईल, हे कधीही विसरू नका. "

15

पुराणे जीवन का महान होते.

जीवन तर सर्वजण जगत आहेत पण खरंच आनंदाने जगत आहेत का ?

आपण या जगात का आलो आहोत ? हेच अजून आपल्याला माहित नाही आहे .

आनंदाने जगणे आणि आनंद पसरवणे.... पण आपण असे करत आहोत का ?

आज आपला वर्तमान एवढा खराब आहे त्यामुळे भविष्याचं काय होणार या भीतीने आपण पूर्णपणे आजारी पडलो आहोत . आज आपण काय करतो यावरच आपला भविष्य आधारित असतो पण आपण आज काय करतोय.... प्रकाशात आहोत कि अंधारात ?

लोक गायब झाली कि आपण सर्वांनीच माणुसकी गायब केली ?

मला खरंच नाही माहित कि आपण नक्की कुठे चुकतोय ? फक्त एवढेच बोलेन कि, जरा थांबा आणि

आपले पुराणे जीवन बघा . किती मस्त होते .

लोक एकमेकांशी GENUINELY जुळलेली होती . आज आहेत का ?

लोक एकमेकांना समजून घ्यायची .... आज घेत आहेत का ?

लोकांमध्ये धीर होता.... आज आहे का ?

माणूस म्हणजे काय, हे त्यांना चांगलेच माहित होते ...आज तसे आहे कि आपण MACHINE झालोय ?

आज आपल्याला सर्व काही मिळतंय त्यामुळे आपल्याला प्रत्येक माणसाचे महत्व काय आहे हे आपण विसरलो आहोत . आज USE करून सोडणे हे TREND जरी चालू असले, तरी एक गोष्ट लक्षात ठेवा कि, तुम्ही पण USE होऊन फेकले गेले तर तुम्हाला कसे वाटेल ?

लहानपणी आपण सर्वांनी खूप खूप मज्जा केली, आज लहान मुले तसे करतात का ? कि बस फक्त MOBILE मध्ये घुसलेले असतात आणि याला कारण आपण PARENTS आहोत याचा विचार कोण करणार ?

एक छोटस बाळ, त्याला प्रत्येक गोष्ट आपण आणून देतोय आणि आळशी बनवतोय .

आणि अपेक्षा करतोय कि, पुढची पिढी खूप प्रगतिशील असेल...काय घंटा ?

* आज आपण TIME का बघतोय ?

पहिले तर कोंबडा आरवला कि समजून जायचो सकाळ झाली, आज तो कोंबडा पण गायब झाला का ?

आज आपल्याला TIME पाहण्याची का गरज लागली आहे ?

जसे आपण पहिले करायचो तसे आपण वेळ न पाहता ही, सर्व काही मस्तपैकी करू शकतो... पण हे वेळेचा दबाव आणि आलेला तो तणाव....जीवन पूर्णपणे खराब करून टाकले आहे . जर दिलेला काम वेळेवर नाही झाला तर आपल्या आनंदाला, दुःखाच निमंत्रण द्यायचे आणि त्याला दोष मात्र दुसऱ्यांना द्यायचे.... आणि त्यामुळे पूर्ण वातावरण खराब करून टाकतोय , हे आपल्याला कधी कळणार ?

काही गोष्टी आपण खूपच COMPLICATED करून टाकल्या आहेत, अगदी काहीही कारण नसताना..

सर्वात प्रथम, जर आपण काही दुसऱ्यांबद्दल बोलणार आहोत तर नेहमी चांगलेच बोला नाहीतर तोंड बंद ठेवा....असे केल्याने थोडा तोंडाला सुद्धा आराम भेटेल . आज कोणीही PERFECT नाही आहे आणि कधीही नव्हते त्यामुळे उगाच कोणाला नाव ठेवू नका. मुळात आपल्याला हे हक्क कोणी दिले ?

उगाचच दुसऱ्यांच्या जीवनात घुसून त्यांचे जीवन का खराब करतोय आपण, ते पण काहीही कारण नसताना....., आणि जरी कारण असेल तरीही तुम्ही शांत नाही राहू शकत का ? भांडणाने, भांडणाचं जन्म होत आहे, हे आपल्याला माहित असून पन आपण ते का करतोय ? भांडण करून, तुम्हाला काही पदवी भेटणार आहे कि कोणते बक्षीस, ज्यामुळे तुम्ही भांडण करत आहात....उलटे असे करून, पूर्ण आयुष्य खराब करतोय....आणि हे तुम्हाला माहित आहेच.

* सुख आपण कोठे शोधतोय ?

सुख आणि दुःख हे आपण काय करतोय यावरच अवलंबून आहे कि, तुम्हाला सुख भेटेल कि दुःख. काहीही अपेक्षा न करता कराल तर ते सुख आहे आणि अपेक्षा करून, काहीही कराल तर दुःख आहे त्यामुळे,

कराल तर कराल पण काय कराल आणि का कराल आणि कोणासाठी कराल हे सुद्धा तुम्ही जे कराल त्यावर आधारित आहे.

सुख शोधण्याची काही गरज नाही, ते आपल्या मधेच आहे पण दुर्भाग्यवश, आपण ते दुसऱ्यांमध्ये शोधतोय. आज जर तुमच्याकडे शरीराचा प्रत्येक अवयव असेल तर तुम्ही किती सुखी आणि किती नशीबवान आहात, हे तुम्हाला नाही कळत का ?

आज जमले तर, तुम्ही अशा लोकांकडे बोला ज्याने पहिले आयुष्य पहिले आहे कारण त्याने जे अनुभवले ते आपण फक्त ऐकू शकतो, आणि त्यांचा तो अनुभव तुम्हाला जीवन पाहण्याचा एक नवीन दृष्टिकोन नक्कीच देईल अशी मला आशा नाहीतर पूर्ण विश्वास आहे कारण आज आपण वेळ अशा लोकांना देत आहोत, ज्यांना फक्त आणि फक्त फायदा काय आहे, याचाच भान आहे आणि त्यामुले आपण सर्वांना जीवन जीवन आहे का ? हे जणू विसरून गेलो आहोत .

आज एक नवीन सुरुवात,

उद्याकरिता,

येणाऱ्या आपल्या पिढीकरिता,

मग तयार आहात ना ?

तुम्ही आहात असा विचार करून, मी जीवन जीवन आहे का ? हे इथेच थांबवत आहे कारण आता सुरुवात आहे ACTION करण्याची .....

" जसे आपल्या शरीराला अन्नाची गरज असते तसेच, आपल्या मनाला चांगल्या सकारात्मक विचारांची... तेवढे देत राहा. तुमचे सर्व काही महान असेल, दिसेल आणि होईल. "

शेवटचे थोडस.....

जीवन जीवनच आहे पण आपण ज्या पद्धतीने जीवन जगत आहोत ते पाहून, फक्त एवढेच बोलू शकतो कि..... जीवन जीवन नाही राहिले आहे तर एक प्रकारचं BUSINESS सुरु झालेलं आहे .

आपण या जगात,

खुश राहायला आणि आनंद वाटायला आलो आहोत पण दुर्भाग्यवश, आपण हे सर्व विसरून दुसरेच काम करत आहोत ज्यामुळे स्वतःचे आणि दुसऱ्यांचे जीवन खराब झालेलं आहे आणि आणखी करत आहोत .

आपल्याला हे जीवन यासाठी मिळाले आहे का ?

जर तुम्ही कोणाचे चांगले नाही केले तरी चालेल पण PLEASE वाईट अजिबात करू नका कारण आज प्रत्येक सजीव.... जगण्यासाठी खूप खूप अडचणींचा सामना करत आहे आणि हे तुम्ही PLEASE कधीही विसरू नका.

SUSPENSE

• 53 •

तुम्हाला खरंच असे वाटते का, मला एक CALL आला होता आणि त्या CALL ने मला या विषयावर लिहायला भाग पाडले ?

हो, मला CALL आला होता पण ते माझं फक्त आणि फक्त IMAGINATION होत, कारण मी आशा करत होतो कि, कोणीतरी मला CALL करेल पण मग कोणीतरीच का... ? हा मला प्रश्न पडला . मी अपेक्षा करत होतो त्या कोणीतरीची ..... ?

आणि मग, मी स्वतःला विश्वास दिला कि, मला CALL आले आहे. मी CALL उचलले आणि बाकी सर्व तुम्हाला हे पुस्तक वाचून कळलेच असेल.

आपण जर का या आशेवर जगलो की, कोणीतरी नक्कीच माझी मदत करेल, कोणीतरी नक्कीच मला समजून घेईल, यापेक्षा स्वतःहून स्वतःला विश्वास द्या कि, तुम्ही पूर्णपणे खंबीर आहात हे जीवन जगण्याकरिता आणि त्याचा आनंद घेण्याकरिता आणि आनंद पसरविण्याकरिता.....

मग वाट कसली बघता,

तुम्ही जगा आनंदाने आणि दुसऱ्यांना जगूद्या आनंदाने .

लेखक

नितेश मोरे हे सहाय्यक दिग्दर्शक आणि पटकथा-लेखक आहेत, जे भारतीय चित्रपट आणि दूरदर्शन उद्योगात कार्यरत आहेत.

त्यांनी "बासुरी (द फ्लूट)" नावाचा लघुपट लिहिला, दिग्दर्शित आणि निर्मिती केलेलं आहे आणि " नक्की चूक कोणाची " मराठी लघुपटाचे पटकथा-लेखक आहेत. त्यांनी " मना दिलवर कया रे वार" या मराठी गाण्याचे दिग्दर्शन केलेलं आहे.

त्याने मुंबई, नाईट कॉलेजमधून शिक्षण घेतले आहे.

त्यांना चित्रपट पाहणे, क्रिकेट खेळणे, पुस्तके वाचणे आणि लेखन करणे आवडते.

www.ingramcontent.com/pod-product-compliance
Lightning Source LLC
Chambersburg PA
CBHW072038150726
47999CB00002B/976